शब्दमात्र

मंदार नाईक

notionpress
.com

INDIA • SINGAPORE • MALAYSIA

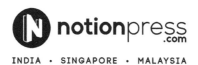

Notion Press

No.8, 3rd Cross Street,
CIT Colony, Mylapore,
Chennai, Tamil Nadu – 600004

First Published by Notion Press 2020
Copyright © Mandar Naik 2020
All Rights Reserved.

ISBN 978-1-63669-730-7

This book has been published with all efforts taken to make the material error-free after the consent of the author. However, the author and the publisher do not assume and hereby disclaim any liability to any party for any loss, damage, or disruption caused by errors or omissions, whether such errors or omissions result from negligence, accident, or any other cause.

While every effort has been made to avoid any mistake or omission, this publication is being sold on the condition and understanding that neither the author nor the publishers or printers would be liable in any manner to any person by reason of any mistake or omission in this publication or for any action taken or omitted to be taken or advice rendered or accepted on the basis of this work. For any defect in printing or binding the publishers will be liable only to replace the defective copy by another copy of this work then available.

आई पपा, तुमच्या लग्नाच्या ५०व्या वाढदिवसानिमित्त हा
कवितासंग्रह तुम्हाला समर्पित करत आहे.

'सहजीवन कसं असावं' ह्याचं तुमच्या इतकं सुंदर उदाहरण
माझ्या मते कुठलंही दुसरं नसावं.

मला समजून घेण्याबरोबरच माझं जगही तुमच्या जगात
सामावून घेण्यासाठी मी तुमचा नेहेमीच ऋणी असेन...

मनोगत

लहानपणापासूनच घरात वाचनाची परंपरा असल्याने आणि नेहेमीच घरात आई- वडिलांची भरपूर पुस्तकं असल्याने मला वाचनाची आवड आपसूकच लागली. मराठी, इंग्रजीतले लेखक, कवी यांची वेगवेगळी पुस्तकं वाचताना कुठंतरी आपणही काही लिहावं असं वाटू लागलं. भाषा हा तसाही माझा आवडीचा विषय पण नंतर जर्मन भाषा शिकताना असं लक्षात आलं कि कुठल्याही भाषेला आपलं स्वतःचं एक स्वतंत्र अस्तित्व असतं. आपण भाषा कशी बोलतो, त्यात कालानुरूप, प्रसंगानुरूप, प्रदेशानुसार किंवा परिस्थितीनुसार कसे बदल होत जातात ह्याचाही विचार आणि त्या अनुषंगाने वाचन हि प्रक्रिया सुरु झाली. पण ह्या तांत्रिक बाबी लक्षात घेताना हे हि लक्षात आलं कि 'कविता' प्रकार हा कुठल्याही भाषेचा आत्मा असतो. इतर लेखन प्रकारांपेक्षा कविता थोडक्यात बरंच काही सांगून जाते. पुढे कधीतरी माझ्या लिहिण्याला सुरुवात झाली आणि मराठी, इंग्रजीमध्ये बऱ्याच कविता लिहून झाल्या. काही कविता नियतकालिकांतून छापूनही आल्या. त्यातल्या काही कविता 'शब्दमात्र'च्या रूपात तुमच्यासमोर ठेवत आहे.

मनोगत 5

विषय - सूची

1. ओळख 11
2. पाकळ्या 13
3. खेळ 15
4. कवडसे 17
5. भेटणे अपुले असे 19
6. लाजव 21
7. पाषाण 23
8. रखुमाई 25
9. बोलघेवडी 27
10. पैलतीरी 29
11. गुंता 31
12. श्रीरंग 33
13. आजकाल 35
14. देखियेले रूप 37
15. आठवण 39
16. डोह 41
17. निर्णय 43
18. गीत 45
19. थेंब 47
20. दिवेलागणीच्या वेळी 49

21.	इथवर	51
22.	कोंब	53
23.	काळजी नसावी...	55
24.	लोणचं	57
25.	कोलाज	59
26.	आज स्वप्न पाहिले	61
27.	विस्मृती	63
28.	जे तुझे माझ्यात होते	65
29.	कितीदा	67
30.	रेशीम धागे	69
31.	जय सिध्दीदा	71
32.	कहाणी	73
33.	परत निघून जाताना	75
34.	काहीतरी चुकतंय	77
35.	किती दिसांनी	79
36.	सांजपक्षी	83
37.	सांगण्यासारखं बरंच काही	85
38.	जाणारे	87
39.	हे घर मंतरलेले	89
40.	अंतर	91
41.	साशंक	93
42.	चुकलेल्या वाटा काही	95
43.	वाढदिवस	97
44.	अर्ध्या वाटेवरती	99

45. तू आकाशी.................... 101

46. चांदणे होशील का? 103

47. ओल्या तारकांचे मन 105

48. गीत माझे.................... 107

49. घन होऊ देत आज 109

50. आठवणींचे ओले पान 111

51. काहीसे अबोल.... 113

52. सांग ह्या मनाला............ 115

53. सांग रे मना.................. 117

54. निकडीच्या गोष्टी............ 119

55. गंध उरला मागे............ 121

ओळख

काही उशीखाली दडवलेली,
काही पुस्तकांत लपवलेली,
काही बंद डोळ्यांनी लक्ख आकाशात रंगवलेली,
स्वप्नं...
आज जेव्हा सापडली तेव्हा ती फारच बदललेली दिसली
आता ती काहीशी थोराड, पोक्त आणि दूरची वाटत आहेत
काल-परवापर्यंत पोरसवदा असल्यासारखी
अंगणात, मनात, डोळ्यात हैदोस घालणारी ती...
आज एखाद्या अवघडलेल्या माहेरवाशिणीसारखी
अलगद लांबूनच हसली...
कुठेसं जाणून कि आता ते दिवस नाहीत,
ते हळवे डोळे नाहीत आणि ते वेडं मन ही नाही

कुणास ठाऊक त्यांना आता डोळे कसे दिसले असतील
ओळखीचे वाटले असतील?

त्यांच्या जागी कधी कोण जाणे
नवीन भाडेकरू राहू लागले आहेत.

सध्या उशीखाली चिंता राहाते,
पुस्तकांत प्रश्नचिन्हं आणि आकाशात?
आकाशात तरंगते रंगहीन व्यवहारी नजर...

अनेकदा खूप काही सांगायचं राहून जातं
काळाच्या पाण्यावर ते अलगद वाहूनही जातं
मग परत फिरताना तीरावर कधी
तरंगताना दिसतात पणत्या अलगद
त्यांची तेवत जाणारी वात फडफडते हवेत
अन देऊन जाते उगाच मनाला हुरहूर
कुठंतरी आतवर.

जागवते त्यांची धग ऐन रात्री, गाढ झोपल्या
जाणिवांना,
अन डोळे चोळत उठतात थोपटून निजवलेले प्रश्न
अनेक -
जर नसते खुडले शब्द तेव्हा फुलू पाहणारे?
जर नसता घातला बांध तेव्हा फुटू पाहणाऱ्या
भावनांना?
थोड्या अजून प्रयत्नाने उघडलं असतं का दार?
थोडं अजून सांगून मोकळं झालं असतं का
आभाळ?
पडला असता जर कौल ह्या प्रश्नांच्या बाजूने

मंदार नाईक   13

तर?
तर कदाचित ह्या वाटा वेगळ्या असत्या
कदाचित ह्या तीरावर आपण दोघेही असतो
आणि कदाचित ह्या पणत्यांऐवजी
तरंगत आल्या असत्या
आठवणीतल्या फुलांच्या
सुकून गेलेल्या पाकळ्या.

खेळ

कोण काय हा खेळ खेळती कळसुत्रीच्या बाहुल्या
गंजल्या मनात फिरती पाठमोऱ्या सावल्या
साद घातली, कुणी न मागे तरी वाजती चाहुला
दिस रातीचा लपंडाव का कुणीच नाही पाहिला

झोप उश्याशी हितगुज सांगे मिटु न देती पापण्या
रातगारठा तरी अंगावरी दवबिंदूंच्या चांदण्या
मुक्त जरी अन् स्वच्छंदी तरी जड चिंतेच्या साखळ्या
धडधड छाती कशास करी ही पडता निव्वळ पाकळ्या

कोणाचे भय कसली भीती साऱ्या नुसत्या कल्पना
एकलकोंडे मन नट रचती नानाविध त्या संवेदना
बघ प्रतिबिंबी पाहशील तर तो अजाण कुणी पाहुणा
कधीच आला कधी ठाकला तुझिया देही राहण्या

मृत्यूचे भय कुणास नसते, तो तर घरचा पाहुणा
म्हणून का मग वाट पहावी उभे ठाकुनी अंगणा?
आज दिवस हा पुन्हा न होणे मग का सोडावी
वासना?

चिंता ठेऊ उद्याचसाठी उदयास काही सांगण्या

कवडसे

शुभ्र चांदण्यांचे कवडसे जेव्हा
अर्धवट उघड्या खडकीतून डोकावतात
आणि धावतो थंड उसासे देत वारा
पड्यद्यांच्या पदरावरून
आठवतात त्या रात्री...
आठवतं टेकडीवर तासन् तास उभे राहून
टेलेस्कोपमधून न्याहळलेले आकाशाचे ते अंतरंग
आणि मनाची पापुद्रे अलगद सोडवणारी
ती सुन्न शांतता...
ओलसर गवतावर निजून
दिसणारी ती तुझी उभी प्रतिमा
आणि मागे अथांग वाहवत जाणारं अवकाश...
आठवतात ती उगाच मोकळ्या उनाड रानवाटांची
पाठलाग करत जाणारी आपली पाऊलं
आणि साथीला चालणारे तुझे शब्द
कधी ओठांतले, कधी स्पर्शातले
तर कधी नुसत्याच डोळ्यांतले...
आठवतो तो तुझ्या ग्लासमधला थंड समुद्र
अन् श्वासागणिक अंग जाळीत
आयुष्य सोडणारा तो धुर...

तुझ्या खिडकीतून दिसणारं
चमचमणारं शहरी कृत्रिम आकाश
आणि तुझ्या नजरेतलं वादळ...
तुला नसेलही आठवत काहीच यातलं
पण त्याची तक्रार नाही
उलट माझच मला नवल वाटतं
तू शेजारीच, अगदी बाजूला
तुझ्या गाढ झोपेत असतानाही
मी मात्र रोज
ह्या आठवणींच्या पाऊलखुणा शोधत आहे...

भेटणे अपुले असे

भेटणे अपुले असे शरदातले, शिशिरातले
पालवी स्फुरते मना, कधी पानगळती ती सले

वाटणे कधी ओळखीचे एवढे आरश्यातले
काढुनी घ्यावे कसे प्रतिबिंब हे आपापले

सांगणे सांगून जाते नेमके डोळ्यांतले
का उगाचच खेळशी मग खेळ ते शब्दांतले?

गुंतणे आपुले असे दोघांतूनी एकातले
गुंतलेले बंध अपुले, आपुले आपल्यातले

वाहणे आहे तुझे ओढाळल्या पाण्यातले
वाहुनी नेलेस सारे माझ्यातुनी माझ्यातले

लाजव

परत पहाटे आज अचानक,
रात जागवून गेला माधव
शहारले मन, थरारले तन,
कशी थोपवू त्याचा आर्जव

श्वास चोरूनी श्वासांमधला,
टिपून घेई तो माझेपण
नकळत सारून चंदेरी मन
गळून पडले माझे लाजव

कळे न केव्हा रंग रंगला,
ठसे उमलले नितळ तनूवर,
विरघळले हे सारे यौवन,
निळ्यात हरले, सरले साजव

नभी उसळले सोनेरी क्षण,
त्याला कुठली त्याची जाणीव
कवेत घुमते मार्दव-स्पंदन,
स्वप्न मावळे, उगवे वास्तव

मंदार नाईक

पाषाण

तू जरी असलास येथे, हा तुझा आभास आहे
ओळखीचा भासणारा चेहरा दुसराच आहे

वाहणाऱ्या आसवांचे अर्घ्य ओंजळीत आहे
भंगलेल्या ह्या मनाचे बिंब आरश्यात आहे

हरवलेल्या चांदण्यांचा कवडसा हातात आहे
अन जिव्हारी लागणारा 'कोण तू?' हा प्रश्न आहे

देवळाच्या पायथ्याशी शिंपिला मी प्राण आहे
पूजिला जो आर्ततेने कोरडा पाषाण आहे

रखुमाई

कधीची रे उभी आहे तुझ्यापासून वेगळी
तुझा सारा वेळ तरी भक्त-भाबड्यांच्यासाठी

पुंडलिकाचीच सारी तुझ्या जीवाला काळजी
रागावून जरी उभी, दोन हात कटेवरी

किती सांगते मी रोज चंद्रभागेला चहाडी
तिच्या पाण्यातुन तरी तुझ्या नावाचीच गोडी

कसा भुललासी मला, आहे द्‌वारकेची राणी
इथे मी एकटी, तिथे खुळ्या सात जणी

इथे दिस-सायंकाळी माझी एकटी आरती
मंदिरात साऱ्या तुझ्या दिसे राधेसंग जोडी

बोलघेवडी

तशी ती साधीच
मनातून बोलघेवडी, बाहेरून मुकीच...
कधी चाफ्यापाशी मन मोकळं करणारी
कधी तुळशीला सारं सांगणारी
कधी देवळाच्या पायरीशी गुणगुणणारी
पावलातल्या पैंजणांनी नकार देणारी
हातातल्या कांकणाने होकार देणारी
नुसत्याच डोळ्यांनी बोलणारी
चकार शब्द न काढता वासरा-पाडसांना
मायेने गोंजारणारी
काहीच न बोलता सारं नजरेने उलगडणारी
आज मात्र अगदीच बिथरलेली... आतूनही
करवंदीच्या झाडीशेजारी निपचित पडलेली
त्याला कपडे सावरत, डोळे लपवत
निघून जाताना पाहणारी,
अस्ताव्यस्त, फाटलेल्या परकराची ठिगळं मोजणारी,
लाजाळूच्या झाडापाशी पडलेलं एक पैंजण बघणारी,

तो कधीचाच निघून गेलेला असताना अजूनही
दुसऱ्या पावलातल्या पैंजणाने नकार देणारी,
तशी ती साधीच
मनातून बोलघेवडी, बाहेरून मुकीच...

पैलतीरी

पैलतीरावरी उभी कधीची
सूर्य पेंगुळे क्षितिजावरती
यमुनेच्या काळ्या लाटांवर
अधीर होई राधेचे मन
दिवस कधीचा जाई विरुनी
सख्या, पाखरे जाती फिरुनी
अर्धे मन घरच्या वाटेवर
अजून नाही आला माधव
तुला न वाटे ओढ कधी ही?
तुझ्यात राधा जगली जळली
मनास जडला रोग निळ्याचा
आता यातून सुटका कसली
कधीच नाही तुला समजली
प्रीत खुळ्या त्या परिजाताची
परक्या दारी नांदत नांदत
फुले सांडते तुझ्याच चरणी

उद्या परत मग नवी कहाणी
खट्याळ डोळ्यांची नवलाई
परत फसे मग वेडी राधा
मुरलीच्या त्या धुंद स्वरांनी

गुंता

तू असताना किंवा नसताना,
फरक फक्त एवढाच असतो,
तू असताना मी माझ्यात नसतो,
तू नसताना मी तुझ्यात असतो

उरलंच जर काही माझ्यात,
चटकन डोळ्यांकाठी जमा होतं
एका आठवणीचा अवकाश
आणि ते ही गळून रीतं होतं

मग शोध सुरु होतो
परत स्वतःत स्वतःला शोधण्याचा,
उमगत काहीच नसतं हाती,
पण नुसताच आनंद हरवण्याचा

आणि उरला सारा वेळ मग
जातो स्वतःला गोळा करण्यात,
इतस्थतः पसरलेल्या मला,
तुझ्यातून हळुवार सोडवण्यात

मंदार नाईक

श्रीरंग

एक तुझा निळा आसमंतात पसरलेला
एक तुझा निळा गर्द मेघांत मिसळलेला
एक तुझा निळा थरथर आतुर पिसारलेला
एक तुझा निळा रानावनात तुषारलेला
एक तुझा निळा वेल्हाळ यमुनेच्या लाटांचा
एक तुझा निळा चंद्रभागेच्या शांत काठांचा
एक तुझा निळा राधेच्या अल्लड डोळ्यांचा
एक तुझा निळा मीरेच्या पावन ओठांचा
एक तुझा निळा रखुमेच्या युगानुयुग होऱ्यांचा
एक तुझा निळा भामेच्या ताठर तोऱ्याचा
एक तुझा निळा गाभाऱ्यात उगवलेला
एक तुझा निळा अंतरंगात उमटलेला
एक तुझा निळा अगम्य, अरुप दिसणारा
एक तुझा निळा सर्वांगात भिनणारा
एक तुझा निळा माझ्यातून उसवलेला
एक तुझा निळा कधीचा खोल रुजवलेला

आजकाल

आजकाल सगळेच अनोळखी वाटतात
कितीही आपले असले तरी
अर्ध्या चेहेऱ्याने परकेच वाटतात
डोळ्यांना ओळख पटतेही कधी
पण आतला तो तोच आहे का अजून?
की तो ही बदलवेल आपल्याला आतून?
असे प्रश्न भांबावत राहतात.
मग अंतराचे नियम पाळून,
न दिसणारे हसू दाखवत,
काहीही न बोलता,
जातो निघून आपण लांबूनच,
आणि तो बघतच राहतो
बदललेल्या आपल्याकडे

देखियेले रूप

देखियेले रूप, नेयिलासा जीव
उरला प्रपंच तुझ्या चरणाशी

ओढोनि घेतले माझ्यातून माझे
राहिले न काही माझ्याठायी

झाकता नयन दिसे तुझे मुख
झालासी एकोपा आंतर्बाही

इतुकी अफाट पसरली कांती
दिसे नाही काही अन्यत्वयी

आठवण

तुझी आठवण येते अन् मन पाचोळ्यागत होते
उनाड वाऱ्यासंगे वेडे दूरदूर भिरभिरते

तुझी आठवण येते अन् मन मोरपिसासे होते
वेढून गर्द निळाई अंगी आतआत मोहरते

तुझी आठवण येते अन् मन सांज कोवळे होते
क्षितिजाच्या काठावर बसुनी स्वप्न रात रंगवते

तुझी आठवण येते अन् मन गाढ सावली होते
नको नको त्या शंकांच्या पावलांत घुटमळते

तुझी आठवण येते मग मन कासाविससे होते
तुला पाहण्यासाठी आतुर किती जिव्हारी झुरते

मंदार नाईक

डोह

काही तुझे काही माझे आठवले क्षण ओले,
बरसत्या सरीखाली मन आडोश्याला उभे

ओले वारे, ओले तारे, चिंब श्वासांचे हिंदोळे,
बहरल्या मनासंगे अंगी हिरवळ चळे

वास मातीच्या फुलांचा, चहूकडे दरवळे,
मनातल्याही कुपीची दारं अलगद खुले

किती भिजल्या क्षणांचे डोह मनात साचले,
हितगुज ऐकायाला आज धुके उतरले

किती तुझे किती माझे आज ढगांनी ओतले,
भरभरून डोळ्यांना पुन्हा नव्याने भेटले

निर्णय

आणि मग येतो तो क्षण,
जेव्हा उभे असतो आपण काठावर,
स्तब्ध, पाय रोवून मनात,
आपल्याच चिंतनात.

तेव्हा विचारांच्या कित्येक लाटा
आदळत राहतात नेणिवेच्या पटलावर,
सरकवत मुळांतली माती योग्य- अयोग्यतेची.

अनिश्चिततेचं पाणी रुजू देत नाही काहीच,
नेतं वाहवून थोडं मुठभर जमलेलं पाठबळही.
कुजबुजत राहते नकाराची किणकिण कानभर
आणि आत आत ओढू पाहतात मागे
आपलेच आपल्यावरच्या अविश्वासाचे धागे.

असं असताना सारं,
कोण जाणे कुठून आत खोलवर
धुगधुगत असते एक अजाण उर्मीही,
काय असावं पलीकडे हे पाहण्याची,

मंदार नाईक   43

धुक्यातून वाट चाचपडण्याची,
क्षितिजाचं माप ओलांडण्याची.

जाणवते धडपड पोटात उडणाऱ्या फुलपाखरांची
धगधगत्या जाणिवेच्या ऊबेला येऊन बसण्याची,
तेव्हा हळूहळू हाती लागतो आपणच आपल्याला,
मिट्ट काळोखात गोळा करत आत आतला प्रकाश.

आणि मग कुठूनसा परतून घोंघावत येतो,
घट्ट बिलगतो मनाला वाट चुकलेला आत्मविश्वास,
देऊन जातो कानमंत्र शाश्वतीचा,
पाठीशी उभा राहून कुरुक्षेत्रातल्या कृष्णासारखा.

तिथेच त्या बिंदुपाशी, त्याच क्षणाला,
डोळे मिटुन व्रतस्थ ऋषिसमान,
मन घेतं बुडवून एक खोलवर श्वास अंतर्मनात
आणि वाहतं अर्घ्य त्या नुकत्याच जन्मल्या
निर्णयाला.

गीत

भावनांना मी धरावे कोंदिनू शब्दांसवे,
तू स्वरांनी साजवावे शब्द ते गीतामध्ये,
लेवुनी मग साज कोणी गुणगुणे कंठातुनी,
अन फुलावे गीत अपुले कोवळ्या ओठांवरी

मग स्फुरावे पंख त्याला, झेप घे गगनावरी,
ऐकती ते धुंद होती, मुग्ध त्या चालीवरी,
बांधुनी आनंद घरटी, वसतसे हृदयातुनी
घेतसे हळुवार झोका, फांदीवरी ध्यानीमनी

रूप घेई ते कधी, होई सखी प्राणांतली,
वा बने वेल्हाळ होडी, गत-जुन्या पाण्यातली,
देतसे आशा कुणा कधी मुक्त ह्या जगण्यातली,
नेतसे गंधाळ स्वप्ने वाहुनी वाऱ्यावरी

आपुले गाणे असे पोहोचे नभाच्या अंतरी,
दरवळे आनंद त्याचा पसरुनि रानीवनी,
बरसूनी येतील धारा चिंबूनी धरणीवरी,
मातीत पुन्हा सुर-शब्द, भावनांना रुजवुनी.

मंदार नाईक

शंख

जे सुचलं ते लिहिलं
असं कधी होत नाही
मनापासून कागदापर्यंत पोहोचताना
विचारांना फुटतात नद्या अनेक
आणि रुंदावत जातात काठ
जाणिवांचे, क्षितिजांचे...

वाहताना दृष्टीस पडतात
कित्येक लेण्या आपल्याच आपल्यात,
त्यातील कोरीव शिल्पं दाखवतात
सृजनाचा आविष्कार.
कधी दिसतात काठावर वसलेली
व्हेल्लाळ स्वप्नांची, अपेक्षांची गावं
बांधून देतात शिदोऱ्या
आपणच साठवलेल्या आपल्यात.
तर कधी वाहवत येतात वाऱ्यासोबत
पुरलेल्या वासनांचे कुबट वास,
देऊन जातात मनाला
त्यांच्या शाश्वतीचे विकार.
कुठल्या वळणांवर पडतात नजरेस

काही खोलवर रुजलेल्या
संस्कारांची थोराड झाडं,
त्यांची पिवळी पानं-फुलं
मिसळतात विचारांच्या धारेत आपोआप
आणि कधी,
गवसतो आपणच आपल्याला
की असतो नुसताच आभास?

मग होते ह्या साऱ्यांची गंगा
मिसळून एकमेकांत,
सारे दोष अंगी लेवूनही
पावित्र्य मिरवण्याचा शाप.
जेव्हा उतरते ती बोटांतून
मिळते कोऱ्या सफेद कागदात,
तेव्हा होतो साक्षात्कार
इवलासा उमटलेला थेंब मनातला
स्वतःला बदलूही शकतो सागरात.

दिवेलागणीच्या वेळी

दिवेलागणीच्या वेळी, साचे पिंजार अंधार
पक्षी परतुनी येती, बिंब भिजे पाण्याआड

दिवेलागणीच्या वेळी, मन कातर कातर
घर-वाटेशी लावून आस केव्हाची नजर

दिवेलागणीच्या वेळी, डोळे धूसर धूसर
पाणावल्या तळ्याकाठी आठवणींची आरास

दिवेलागणीच्या वेळी, करी वारा भणभण
ओल्या रातीची चाहूल, लावे मना कुणकुण

दिवेलागणीच्या वेळी, माजे उरात काहूर
तुळशीच्यापाशी दिवा, करी मनाची राखण

मंदार नाईक

इथवर

बघ, हे कुठवर दूर आलो आहोत आपण?
इतक्या दूरवर, जिथून हात उंचावून सहज
खुडून घेता येतील काही तारे स्वप्नातले
आणि हलकं वाकून ओंजळीत उचलून धरता येतील
शब्द, आपण दिलेले एकमेकांना...

आठवतं तुला?
जेव्हा सुरू केला आपण हा प्रवास,
तेव्हा हातभर लांब प्रश्न सरसरत जायचे पायाखालून,
कित्येक अपेक्षा रुतून बसायच्या बोजड मनात,
आणि धावलं कितीही तरी पडायची नाहीत
पावलं आपली एका लयीत, एका सुरात...
कोण जाणे माझी हाक कधी तुला ऐकू आली की नाही,
कारण मागे वळून पाहताना तुझ्या नजरेला
माझी ओळख तेव्हा पटलीच नव्हती कधी...

मंदार नाईक   51

आज इथे मात्र ह्या निरव शांततेत,
काहीतरी हळुवार धपापतय
आपल्याला जोडणाऱ्या व्यासातून,
खूप ओळखीची साद ऐकू येत आहे
तुझ्या प्रत्येक श्वासातून,
माझ्या हातात विणलेले तुझे हे हात
न जाणे कधीचे बनले आहेत माझेच जिवलग...
आणि आता अंगभर धावून येत आहेत शहारे
कौतुकाने पहायला हा मनाचा सोहळा.

संपली नाही ही वाट इथे, हा फक्त विसावा
काही क्षणांचा, एकांताचा किनारा.
इथे बसून थोडा वेळ अदमास घेऊ क्षितिजाचा
आणि मग पसरत जाऊ आरस्पानी आकाशी
उमलवत निळ्या वाळूवर आपल्या चांद- खुणा,
उडत भणभणणाऱ्या वाऱ्यासोबत,
पंख फुटतील तसे आणि तोवर...

कोंब

बरंच काही जे काल होतं,
ते आज दिसेनासं झालं आहे.
असं असलं तरी
थोडं-बहुत अजूनही शाबूत आहे...

आपण तेच आहोत
आपल्यातलं अंतरही तेवढंच आहे
येणाऱ्या - जाणाऱ्या श्वासांमधलं
जर थांबलेच हे श्वास तर दुरावा कायमचाच

पण तोवर, निसटून जात कामा नये सारं,
मिट्ट धुक्यातून जाताना हात घट्ट धरून ठेव,
उचलून घेऊ सोबत ते सारं काही
जे तुटून, विखरून पडलं आहे आपलं

असतोच आपल्याला जन्मजात निर्मितीचा विकार
शून्यातूनही सारं काही पुन्हा करू शकतो साकार
इवल्याश्या विश्वासाचं कोंब आहे माझ्याजवळ,
गरज आहे ती तुझ्या मातीची रुजवायला, सृजवायला.

काळजी नसावी...

तुला वाटतंय तसं काहीच नाहीये,
सगळं काही छान चाललंय
फक्त थोडासा थकवा आला आहे
म्हणून चेहेरा कोमेजलासा दिसत आहे
झोप आलीच आज क्षणभर
तर उद्या डोळ्यांखालची वर्तुळं होतील पुसट.
लालबुंद डोळे फक्त अश्रूंनी होत नाहीत,
कधीकधी आतली आग डोकावते नजरेतून.
बरंच काही शिकल्यावर हे अगदी सहज जमतं
घोटभर पाणी पिऊन सारं शांत होतं
कित्येक वणवे विझले, विझवले
धुरांचे ढग होऊन कित्येकदा बरसले.
गुदमरण्याची कला सगळ्यांनाच नाही जमत
श्वास रोखूनही जगता येणं अंगवळणी पडतं.
पण काळजी करण्याचं कारण नाही
तुला वाटतंय तसं काहीच नाहीये
सगळं काही छान चाललंय
विचारांच्या मुंग्या धावतात कधीतरी सैरावैरा,
नखं खरवडत राहतात प्रश्नांचे पापुद्रे अधेमध्ये,
पण आता पावलं गारठली आहेत.

मंदार नाईक

पाठीला काळोखाची राख फासली आहे.
मन मोठं ठेवायचं, शरीर आक्रसून टाकायचं
मग मनाचा देव होतो आपसूकच
राहतो तनाचा पाचोळा,
पण काळजी करण्याचं कारण नाही
तुला वाटतंय तसं काहीच नाहीये
सगळं काही छान चाललंय

साहित्य:

पिकत चाललेलं आयुष्य

दोन- चार आवर्जून पाहिलेली स्वप्नं

प्रेमाची एक नजर

गोड टवटवीत मैत्र

मुठभर आंबट गोड अनुभव

काही सदिच्छा, आशीर्वाद

आणि 'मी'पण (चवीनुसार)

कृती:

पिकलेल्या आयुष्याच्या सुचतील तश्या लहानसहान आठवणी मनात घोटून घ्याव्यात. त्यात आंबट गोड अनुभवांचे मिश्रण घालून छान मिसळून घ्यावं. रसाळ, लाघट मैत्रीचा पाक घालून मिश्रण चांगले एकत्रित करून घ्यावे, जेणेकरून आयुष्यातला कडवटपणा आपसूक निघून जाईल. नंतर त्यावर स्वप्नं, अपेक्षांची खमंग फोडणी टाकावी. त्यावर सदिच्छा आशीर्वादांचे काही क्षण भुरभुरावे. वरून हलकीच प्रेमाची नजर पेरावी.

मंदार नाईक

शेवटी साऱ्यात, गरजे पुरतेच 'मी' पण घालून, सारे एकत्रित करून मनाच्या कप्प्यात साठवून ठेवावे.

टिपा: हे लोणचं मुरायला जास्त वेळ लागत नाही. एखाद्या एकांत दुपारी शांततेच्या जोडीला हे लोणचं खूपच चविष्ट लागतं.

कोलाज

आठवतं का तुला, कधी कसे
इतके दूर जात राहिलो आपण?
इतक्या घट्ट विणीतून कसे सुटून
वेगळे होत गेलो आपण?

उन्हा पावसाच्या भांडणात,
इंद्रधनुष्य विखरत नसतं कधी,
मग का आपल्या रंगाचे वेगळे
कॅनव्हास रंगवायला लागलो आपण?

त्या दिवसांच्या कितीतरी सावल्या
अजूनही अडखळतात पायात,
उगाच रेंगाळतात तिन्हीसांजेला
जाणून बुजून

हसण्या-खिदळण्याच्या आवाजांची जळमटं
कितीदा जातीनं साफ केली मी
तरी लटकुनच राहतात वटवाघुळांसारखी
की दारातल्या शकुन तोरणांसारखी?

नेणिवेच्या तळावर दिसतात
तरंगताना दृश्य कित्येक
पण पकडण्याचा प्रयत्न केला कि
हाती नुसत्याच आरस्पानी आठवणी

दिवसेंदिवस वाढतच जाणाऱ्या अवकाशाची
हि पोकळी भरून तरी कशी काढावी?
कसा शिवायचा काळाचा पट
आपल्या व्यवहारी धाग्याने?

म्हणून मीच कोलाज करून
त्या रंगांचा, सावल्यांचा आणि जळमटांचा
टांगून ठेवलाय भिंतीवर.
तेवढंच एक प्रदर्शन
आपल्या पुसत गेलेल्या मैत्रीचं

आज स्वप्न पाहिले

जे कधी न जाहले, ते आज स्वप्न पाहिले
तुझ्यासवे न जाणते अजाणते सुखावले

भेट आपली क्षणी, त्या क्षणात न्हाहीले
कसे कळे न मी कशी तुझ्याविना निभावले

तू जरी नसे इथे, किती अनेक अंतरे
तरी नवीन पंख हे, खुळ्या मनास लाभले

प्रीतीचा नव्या सख्या, धूप गंध दरवळे
पाहिला न देव मी, तुलाच फुल वाहिले

विस्मृती

उतरती पाऊले पडती वळणाच्या वाटेवरती
स्मरणाच्या माळेमधूनी हळूवार निसटती मोती

जे आठवते ते धूसर, मन धुक्यात हरवून जाई
आताच बोलले काही ओठांशी परतुनी येई

मग अवघडल्या डोळ्यांनी, मन मनाचेच अपराधी
कुणी मजेत थट्टा करती, कुणी करती कीव उगाची

सारखे जुने आभाळ डोळ्यात दाटुनी येई
पापण्यात हलके हलके थांबून पांगुनी जाई

एकेक उडून ते जाई स्मरणाच्या फांदीवरूनी
निष्पर्ण अबोल तरुशी मन खिन्न बसुनिया राही

त्या गळलेल्या पानांची, त्या विरल्या आठवणींची
काळाच्या पडद्यामागे का होत असे का गर्दी?

मंदार नाईक

रुजतील परत नव्याने का त्या ओल्या मातीशी
सरसरून उगवूनी येतील का आठवणींच्या दाटी?

हा विचार जेव्हा येई, मन कापूस पिंजर होई
हळूवार तरंगत उडूनी त्या झाडीत अडकूनी राही

जे तुझे माझ्यात होते

जे तुझे माझ्यात होते, ते कधी विरलेच नाही
एवढे माझ्यात उरले, मी मला कळलेच नाही

वेगळे माझे असे 'पण' वेगळे उरलेच नाही
सोडल्या गाठी जरी तू, बंध हे सरलेच नाही

कोरड्या-सुकल्या सुखाचे प्रेत मी पुरलेच नाही
तुंबले डोळ्यात पाणी अजूनही मुरलेच नाही

झुंज ह्या वेड्या मनाची हारूनि हरलेच नाही
का तरी पण त्या मनाला मी कधी भरलेच नाही?

कितीदा

मी कैक चांदण्या न्हालो, कित्येक आसवे प्यालो
लाटांच्या फेसाळावर पण कितीदा परतुनी आलो

रानात अडकला जीव, फांद्यात गुंतला होता
खुडताना पानांमधुनी, त्याला वास फुलांचा येतो

वाळूत रुतवुनी बोटे तो चंद्र थांबला होता
केसांत कुणाच्या अजुनी का रात जागवीत होतो?

ते आकाशाचे देणे, मी आकाशाचा झालो
ऋण कुठल्या त्या जन्मीचे, मी व्याज मोजुनि झिजलो

ह्या रानफुलांच्या वाटा मी कितीदा तुडवीत गेलो
उगाच चकवा म्हणुनी मी कितीदा हरवत गेलो

मंदार नाईक

रेशीम धागे

ओघळले रेशीम धागे, मेघांच्या सुटल्या गाठी
पानांनी अलगद गुंफून, पांघरल्या हिरव्या शाली

वाऱ्याने अल्लड धावून मारली अचानक मिठी
मोहरली पाने पाने सांडूनि दवांचे मोती

मृदगंधाचे अत्तर लावून, पक्ष्यांची माळून वेणी
साचल्या दर्पणी झाडे शृंगार साजरा करती

जय सिध्दीदा

जय सिध्दीदा जय तुंदला जय भक्तविघ्नविनाशया
जय अग्रया-अनिकासुता जय सर्वकार्य-प्रदायका
चरणी तुझ्या वसती सदा विज्ञान-बुद्धीमनीषिता
तुज दर्शनी हरिती व्यथा, जाती विरुनी सर्वदा

अनिरुद्ध तू स्थितप्रेमना, स्थितधीपती सुखसागरा
तूच पालसि सुधीराधरा, धरसी मही लंबोदरा
तूच ऐकसी राजेश्वरा, हि स्पंदने ह्या यातना
तुज दर्शनी तरती जीवा, हे सदय सिद्धिविनायका

भू-सलील-तेजस् ह्या नभा, तू तारीशी सर्वात्मका
तव लोचनी सविता-सुमा, समीरात व्यापक माहता
नवनित्य नितीन तुझी प्रभा, पसरे सदा दाही दिशा,
तुज दर्शनी झुरतो सदा, मी सुधित मंगेशात्मजा

मंदार नाईक

कहाणी

अंधुक काही क्षण नारंगी, उमटून जाती आरसपानी
आज अचानक आठवले ते, कहाणीतले राजा राणी

राजा होता दूर देशीचा, इंद्रधनूच्या अश्वांवरचा
राणी मोहक सुंदर बाला, पाहताच तिज मोहून गेला

रोज बहरली प्रेमकहाणी, रंग गुलाबी नभ-आकाशी
कधी हरवती ताऱ्यांमध्ये, कधी उमलती शुभ्र फुलांशी

कसे न कळले कधीतरी पण नजर लागली काय कुणाची
अर्ध्यावाटेवरती सुटली, तुटली रेशीमगाठ मनाची

राजा गेला अपुल्या देशी, राणी पाही वाट नव्याची
अशी संपली जरी कहाणी, व्याकुळते मन सायंकाळी

अनेक स्वप्ने, अबोल चित्रे कशी अडकली त्यांच्याठायी
गालांवरले सुकले पाणी, तरी तरंगते डोळ्यांकाठी

कधी लागती चुकून हाती, जुनीच पाने जीर्ण पुराणी
बघता बघता आठवती मग कहाणीतले राजा राणी

परत निघून जाताना

परत निघून जाताना
जरा सावकाश जा
बऱ्याच भिंती पडतात
माझ्या घराच्या

घट्ट लावलेली तावदानं
सताड उघडी करतात
सततचे हेवेदावे
आपल्यातले दुरावे

ह्यावेळी निघून जाताना
कौलांचे वासे माझ्या
खळकन निसटून
पडले आहेत अंगणात

छपरांतलं पाणी ओघळून
डोळ्यात साठतंय
मनात तरंगतंय
नितळ तुझं प्रतबिंब

जसा गेलास तसाच
परतून येशीलही क्षणात
तक्रार करत
विझलेल्या दिव्यांची,
फुटक्या छताची,
मोडक्या खिडक्यांची
आणि सुटलेल्या झुंबरांची

तु परत येईस्तोवर आता
बरीच कामं आहेत अजून
मनाची डागडुजी
घराची तयारी

काहीतरी चुकतंय

तसं वरवर पाहिलं तर कुठं काय अडतंय?
पण चाचपून पाहिलं तर बरंच काही दुखतंय
कळण्याअगोदरच मन, मनातून निसटतंय...
काहीतरी चुकतंय, कुठंतरी खुपतंय
काहीतरी चुकतंय......

जुनं केवड्याचं झाड अजूनही वाकतंय
फुलांचा जर्द वास वाटेवर टाकतंय
तुला सारं ठाऊक आहे, तुला सारं कळतंय
तुझं पाऊल तरीही पिवळ्या फुलांवर पडतंय
काहीतरी चुकतंय......

रमवायचं म्हटलं तर मन कशातही रमतंय
थोडंसं जमवलं कि सारं काही जमतंय
तेवत ठेवलेल्या समईचं तेल मात्र हळूहळू सरतंय
आतल्याआत कुठेतरी काही हळुवार मरतंय
काहीतरी चुकतंय......

मंदार नाईक

गम्मत म्हणजे, तुला काही झालंच नाही असं वाटतंय
हे तर चालायचंच, हेच अजून चालतंय
तुझ्या नकळत पण इथे खूप काही साठतंय
कधीचं साचलेलं सारं आता आत आत झिरपतंय

काहीतरी चुकतंय...... कुठंतरी खुपतंय ...
कळण्याअगोदरच मन, मनातून निसटतंय ...

किती दिसांनी

आज बरसला किती दिसांनी
आला अवचित माझ्या दारी
मला म्हणाला बस शेजारी
सांगायाचे बरेच काही

रडला नुसता, बोलत नाही
मला न समजे, उमगे काही
टिपे गाळली माझ्या मातीवर
भिजले मन, मोहरली पाती

म्हणे मला तुज आठवतो का
दिवस जसा गेल्या जन्मीचा?
दिल्या घेतल्या आणा-भाका,
थोडे अश्रू, काही शपथा

कधी न कळले कसा कधी पण
बदलत गेलो श्रावण-आषाढा
कधी न तेव्हा अर्थ लागला
अद्भुत ह्या आपुल्या नात्याचा

निघून गेलो दूर देशी मग
वाऱ्याच्या अश्वांवर आरूढ

मंदार नाईक   79

मागे सरले, पडले मागे

ऋतू आपुले इंद्रधनुचे

कधीचे सारे भरून होता

सारे ओतून बरसत उरला

मला म्हणाला सांग तुझे मन

मी ही उघडले प्रश्नांचे दालन

सांग कसा तुज आज गवसला

ठेवा आपुल्या आठवणींचा?

मृगजळ माझ्या डोळ्यांभोवती

नाच कोरड्या पाचोळ्यांचा

किती जमवले, किती टिकवले,

रूप तुझे ते माझ्यामध्ये

मी माझेपण उरले नाही

बाष्प होऊनि उडून गेले

गदगदलेल्या जीर्ण मनाने

चिडला तो क्षणभर कृष्ण घनांनी

वीज चमकली नजरी त्याच्या

करी याचना अंबर-धारांनी

त्याचे ते वेडे अल्लड-बालिशपण

बघून भरले माझे रितेपण

बांध फोडुनी मनात माझ्या

उधाण घालती सरिता सागर

80 शब्दमात्र

ओल्या साऱ्या आठवणींचा
सडा पसरला मनात माझ्या
मृदगंधाने फुलून गेल्या
कळ्या कोवळ्या प्राजक्ताच्या

सांजपक्षी

थकलेले सांजपक्षी
परतीच्या आकाशी
सूर्यबिंब घेऊनी हाती
दिवस निघे घराशी

डोळ्यांच्या उंबरठयावर
उभी दिसे आस पिलांची
काही झरझरते क्षण अन्
हुरहूर परत उद्याची

पेंगुळले डोळे तरीही
धडपड क्षण धरण्याची
थोडे तास, थोडे श्वास,
काही घास सायंकाळी

वाटे पळभर घट्ट धरावी
कुशीत सांज सुखाची
पण घटका पळताना पुढली
येई रात उशाशी

सरला आज पण उद्या परत तो
उभा राहतो दारी
इवल्याश्या अनमोल क्षणांचे
मन मग परत भिकारी

सांगण्यासारखं बरंच काही

तुला सांगण्यासारखं बरंच काही असतं, पण...
शब्दांना नजरेची भाषा शिकवायची म्हणेच जरा कठीणच असतं...

शब्दांना जमतो पाठशिवणीचा खेळ,
एकात एक गुंतलेल्या साखळ्यांची वेल
कितीही बाहेर पडले तरी ते काहीसे अपुरेच वाटतात
आणि मनातल्या भावना मनातच साचून राहतात
नजरेचं मात्र तसं नाही, तिला अबोल्याचा शाप जरी
थोडा वेळ का होईना गाठ पडली तरी सारं सांगून होते रिती
शब्दांना असते अर्थाची झालर, आर्त कानांची गरज
नजरेला मात्र हवी नुसती अजून एक भिडलेली नजर
शब्दांना थोडच जमणार आहे ओलं चिंब होऊन तुझी वाट बघणं?
नाहीच जमणार त्यांना तु दिसताच पापण्यांच्या आडोश्याला टेकणं
त्यांनी तुला साद घालेपर्यंत नजरेचा आधीच डाव साधलेला असतो

आणि तुझ्या नजरेने माझ्या मनाचा कधीचाच ठाव घेतलेला असतो

हे सारं शब्दांना समजावणं फार कठीण

त्यांच्या व्याकरणात हे बसणारही नाही

म्हणून तुला सांगण्यासारखं जरी बरंच काही असलं

तरी ते कळायला आता तरी तुझ्या नजरेने शिकायला हवं

जाणारे

उठून जाती कुणी आपुल्या घरी
तेवत सायंकाळ जागत्या उरी

अचानक मोती माळ सोडूनि पडती
जीर्ण झाल्या पिवळ्या पानांची गळती

बिलगे आठवणींचा पाचोळा पायांभोवती
जुनीच चित्रे पळती डोळ्यांभवती

डोळ्यात ठेवुनी वात वाढती वर्षे
स्मरणात राहुनी आत अखंड जळती

किती राहती शब्द आतच कोंडूनी
किती जिव्हारी टोचे मन अपराधी

जाणारे जाती न कधीच परतण्यासाठी
सोडून नात्यांच्या अलगद रेशीमगाठी

मंदार नाईक

८ घर मंतरलेले

हाक ऐकू येत आहे मागल्या दिसांची
पाठून धावणाऱ्या अबोल सावल्यांची
पाहू नकोस वळूनी त्या लाघवी क्षणांना
करतील पाठलाग हळूच पावलांचा
खिडकीतूनी कशाला कुणीतरी पहाते
दिवे मालवूनी ही काळरात्र येते
उघडेच ठेव डोळे, घर सांगते कहाणी
भिंतीवरी समोरी हे सावल्यांचे खेळे
नव्हे चार भिंती, हे चक्रव्यूह आहे
अंधारल्या जगाचे हे गूढ विश्व सारे
उंबऱ्या पलीकडे त्या काळाचे अंतर गेले
अजुन पहाते वाट तुझी हे घर मंतरलेले
कुणीतरी उश्याशी बसून श्वास घेई
स्वप्नात पाहिले ते वास्तवात येई
टाक पावले जपुन, ये सावकाश आत
परतण्यास पुन्हा नसे कोणताच मार्ग

अंतर

झ्या शहराचे आणि माझ्या शहराचे
तसे काहीच सख्य नाही
पण तिथून येणाऱ्या वाऱ्यावर
माझ्या वेलींची फुले बहरतात
हे मात्र खरं!
कधी पडलाच इथे पाऊस तर
तुझाही ऊर ओला होतो
अन् वादळात तुझ्या
इथे माझ्या सागराला पूर येतो
तिथल्या आभाळाला कसं कळतं
माझ्या डोईवरचं ऊन?
अलगद सावळ्या मेघांची चादर
जाईन तिथे ओढून जातं
आठवतो तो मोगरा
तू जाताना आपण रोवून गेलो होतो?
त्याला कधी माझी माती कळलीच नाही
अजूनही तो परिजाताची फुलं देतो...

साशंक

गारवा झोंबतो मनाला,
सांगे नको त्या कहाण्या
उगाच ग्रासते मळभ
शिशिरातल्या उन्हाला
जे ऐकलेच नुसते
सारेच सत्य भासे
आणि खरेखुरे ते
मग धुक्यामध्ये लपावे
वाहती नद्‌या अफाट,
प्रश्नांस पूर येई
कोऱ्याच कागदाची
त्यात साशंक नाव वाही
नव्हते कधीच जे ते
मग चित्र रंगवावे
कुंचल्यास निकड कसली
पाणीच रंग व्हावे

चुकलेल्या वाटा काही

चुकलेल्या वाटा काही
आठवणींच्या रानीवनी
पापण्यांखालून धावुनी
मिळतात नदीला जाउनी
होडीच्या मनाने मग कधी
सरकत अलगद त्या वाटेवरती
लागावं ओळखीच्या बेटावरती
पाय पाण्यात सोडूनि
जुने पक्षी अवतीभवती
कोणाचे हसू वाळूवरती
किती फुले ओठांवरती
पडती ओंजळीत येऊनि
एक सैर मातीवरती
ठसे पाठलाग करती
अजून वाट पायथ्याशी
आठवणींच्या अफाट देशी

मंदार नाईक

चुकलेल्या वाटा काही
वेळ आता परतण्याची
पण पाखरे हुरहूर करती
ओढ जुन्या घरट्याची

वाढदिवस

परत नव्याने रेष उलटली
आयुष्याच्या वाटेवरती
आज अचानक जाणवली ती
दूर दूरची पाऊल माती
कुठून कधीचे क्षणिक सोबती
आले इथवर मझ्यासंगे
काही सुखद तर काही ओले
हितगुज करती हळूच कानी
आज विसवले फांदीवरती
आठवणींचे अबोल पक्षी
किती मनोहर पंख पसरूनी
स्मरणातील गाती अनेक गाणी
आयुष्याची रित वेगळी
रेषांसंगे वर्षे सरती
साद घालती आज मनाला
जुन्या वेंधळ्या कातरवेळी

मंदार नाईक

अर्ध्या वाटेवरती

जीवनातल्या मृदू क्षणांची घेउन शाल ऊबेशी
चालत आलो आज इथवरी अर्ध्या वाटेवरती

कधी न कळली कधीच भरली आयुष्याची झोळी
अनंत फुले, काही पाचोळे नात्यांचे काही मोती

कधी मिळाली झुळूक मायेची कधी सावली ओली
मैत्रीचे माणिक मोती अनगत, काही रेशीम गाठी

काही गेले अर्ध्यावरुनी, परतुनी वाऱ्यासंगे
उरले त्याचे सोने झाले, लखलख डोळ्यापुढती

कीती भेटले, कधी गवसले, काय कुणा सांगावे
कसे फेडूनी होतील साऱ्या उपाकारांचे देणे

तू आकाशी...

तू आकाशी अन मी सागरी
क्षितिजावरल्या आपुल्या भेटी
कधी निळ्या तर कधी गुलाबी
साखरझोपेमधल्या गोष्टी

चांद कधी तर कधी चांदणी
लेवून येशी रोज ललाटी
शहार अंगी चमचम करती
तुझ्या रूपाने माझ्या लहरी

लाल फूल मग सायंकाळी
केसांवरती रोवून जाशी
हळूच रात्री परत बिलगशी
घेऊन चादर नक्षत्रांची

कधी अवास्तव मेघ झगडशी
कधी चिडून मग वीज झटकशी
पाहून माझ्या नयनी पाणी
धाय मोकलून रंग बरसशी

मंदार नाईक

असेच नाते अपुल्या नशिबी
कधी न जुळणे अपुल्या हाती
क्षितीजाच्या या अबोल रेषी
भेटत राहू सांज-सकाळी

चांदणे होशील का?

आसमंती धुंद न्हाले चित्र तू होशील का?
काळरात्रीच्या मनाला काजवे होशील का?
राहिलेले रंग काही आज तू भरशील ना?
चंद्र आहे ह्या नभाला, चांदणे होशील का?

ओंजळी वेचून माझे शब्द तू घेशील का?
सांडलेले गीत माझे उचलूनी घेशील का?
दरवळे निशिगंध त्यांचा, श्वास तू घेशील ना?
चंद्र आहे ह्या नभाला, चांदणे होशील का?

रंगल्या ओल्या पिसांचे पंख तू देशील का?
सातरंगी वाट उमटे, साथ तू देशील का?
पण कधी राहीन मागे, साद तू देशील ना?
चंद्र आहे ह्या नभाला, चांदणे होशील का?

श्रावणाच्या द्वाड खेळी डाव तू घेशील का?
ऊन-पावसाच्या वेळी मेघ तू होशील का?
बरसून मन शांत झाले, तू पुन्हा भरशील ना?
चंद्र आहे ह्या नभाला, चांदणे होशील का?

गंदार नाईक

ओल्या तारकांचे मन

ओल्या तारकांचे मन
हळव्या आसवांचे घन
स्वप्न रम्य पाहीलेल्या
हसऱ्या भावनांचे मन

आज शांत शांतलेल्या
अंतरंग न्हाहीलेल्या
कृष्णवेड्या यमुनेच्या
निजल्या चांदव्याचे मन

मंद मंद आर्तलेल्या
धुंद भान हरपलेल्या
गंध साज गुंफलेल्या
खुलत्या मोगऱ्याचे मन

संथ रात तेवणाऱ्या
गात्र गात्र मोहणाऱ्या
शब्द शब्द वेचणाऱ्या
मिटत्या पापण्यांचे मन

गीत माझे...

जरी नसे गीत माझे तुझ्या ओळखीचे
तरी कधी एक दिवस गुणगुणशील
अन ओळखून मनातल्या सुरांना
एक अनोळखी चाल बांधशील
ऐकशील एकटाच धुंद बेभान होऊन
कधी दरी कधी डोंगरमाथ्यावर फिरून
मग सांगशील तूच मला माझेच शब्द
पण अर्थ मात्र आता नवीन लावून
शोधशील मला त्या स्वरांच्या कोंदणात
अंगणात पडलेल्या शुभ्र चांदण्यात
असेन मी तिथेच तुझ्या मनात साठवून
आपुल्या गीतात सुरेल आयुष्य रंगवीत

घन होऊ देत आज

घन होऊ देत आज, चिंब भिजवूनी गात्र
तुझ्या मनातले पात्र उतू जाऊ देत आज
घन होऊ देत आज...
तुझ्यातले अंतरंग, तुझा स्पर्श, तुझा गंध
सामावूनी ओंजळीत, उमलून ह्या नशेत
फुल होऊ देत आज,
घन होऊ देत आज...
स्वप्न डोळ्यात ठेवून, चांद उश्याशी घेऊन
मिट्ट काळोख्या नभात तुला घेउनी कुशीत
रात होऊ देत आज,
घन होऊ देत आज...

आठवणींचे ओले पान

आठवणींचे ओले पान नकळत अलगद गळले
त्या पानाच्या हिंदोळ्यावर मन मग आतच झुरले...

क्षण क्षण मागे पाउल टाकीत त्याच बिंदुशी स्थिरला
जिथुनी एक नवीन संवाद मनमनाशी भिडला
दोन जीवांचा अटूत धागा बंध घालूनी गेला
अन् त्या बंधाच्या गाठी मग अनमित उरूनी गेल्या

सांग तूच मग डाव कुणाचा खेळ खेळता हुकला?
कोण मांडून सर्व पसारा आतआत चुकचुकला?
किती गवसले काय हरवले हिशेब चुकले सारे
सांग मला तू ह्या सार्‍याचे गणित कुणी मांडावे?

अजुन कधीही बांध मनाचा अलगद सुटून जातो
त्या बांधाच्या काठावरती क्षणिक श्वास विसावतो
जे गेले ते अद्भुत होते तो विरक्त मनाला सांगे
अश्रूंचे मग अर्घ्य वाहुनी तोही स्थिरसा चाले

मंदार नाईक 111

होते सारे अबोल तरीही निर्जीव नव्हते ना रे?
होते सारे उमगत तरीही थोपविता ना आले
आज अचानक ओले पान ते पावलात अडखळले
त्या स्पर्शाने मन मग वेडे चिंबचींब थरथरले

काहीसे अबोल....

काहीसे अबोल अपुले नाते,
मनातले, ओघळणाऱ्या दवातले....

कधी हलक्याश्या पिसासवे,
उडण्याची आस घेउन तरंगणारे हवेतले....
तसेच काहीसे...

कधी खुलणाऱ्या फुलातले,
साखरझोपेतून जागलेल्या स्वप्नातले...
तसेच काहीसे...

काहीसे नवे, काहीसे खोल डोहातले,
कागदी बोटीच्या प्रवासातले...
तसेच काहीसे...

काहीसे अबोल अपुले नाते,
मनातले, ओघळणाऱ्या दवातले....

मंदार नाईक

सांग ह्या मनाला

सांग ह्या मनाला पाहु नकोस आरश्यात
दिसतील अनंत तारे स्वप्निल हासण्यात
उमगेलही गुपित त्या शांत तारकांचे
अन् सांडतील स्वप्ने हळुवार ओंजळीत

मग एक पालवीने येईल वसंत साज
मग एक पावसाळी ही रात मंद धुंद
आणि सुटेल बान्ध गात्रातल्या नशेला
चिंबचींब भिजलेल्या उन्मादल्या कळ्यांना

कळेलही तुझे मन तुजला खुळ्या मना रे
पाहिलेस स्वप्न ते आभास भासणारे
मग उगीच छेडसी का तारा तनीमनी या
जागवून आशा निजल्या अंतरी या

ठेव हे गुपित पण जपून या उराशि
अन् घे शांत निज स्वप्नातल्या सुखाशी
कोण काय जाणे प्रतिबिंब काय सांगी
उगाच का मना रे तू आतआत रंगी

सांग रे मना

सांग रे मना सांग, कोण मी?
दिसेन मी क्षितिजावारी, दिसे न शांत स्तब्ध मी
धग्ध मी, ज्वलंत मी, नव्हे रवि तरी,
सांग रे मना... कोण मी?
व्यक्त मी घनिवनि, अव्यक्तहीन स्पर्श मी,
चराचरि सजीव मी, नव्हे पवन तरी,
सांग रे मना... कोण मी?
सुशील मी, प्रवाह मी, संजीवनी अमूल्य मी,
अनिल, नेत्र यांत मी, नव्हे नीर् तरी,
सांग रे मना... कोण मी?
कधी इथे, कधी तिथे, अर्थ, स्पर्श अन् वेदनी,
धावतो तुझ्यात मी, स्वप्न, आस, आठवणीतुनी
तूच होत आरूढी, होऊन कृष्णसारथी,
दाखवी रणांगणे, कधी रम्य ती सरोवरे
अनंत रे तुझ्या दिशा, असंख्य रंगभूमिका,
तर्कहिन भूप तू, उन्मत्त वेग अश्व तू,

मंदार नाईक   117

मग कसा सांग आवरू? कसा तुला सावरू?
अबल मी, असमर्थ मी, अस्तित्वहीन निमित्त मी,
तुला थोपविन असा... सांग रे मना कोण मी?

निकडीच्या गोष्टी

काही गोष्टी खूप कठीण... पण निकडीच्या -
जसं चेहेऱ्यावर चेहरे लावायचे
रंगात रंग मिसळायचे
थोडेसेच बोलायचे
पण दातखिळी बसू द्यायची नाही
हसायचे,
कधी स्मित,
कधी मोठ्याने...
मग जांभई द्यायची,
आवंढे गिळायचे,
मुठी आवळ्याच्या,
कधी तुटलेली वाक्य नव्याने जोडायची
जुळलेले शब्द आपसूक मोडायचे
नजर चुकवायची
नजर फिरवायची
अगदी पार शून्यात पाहायचे
तिथे तरी कोरडा आडोसा मिळतो का ते बघायचे
पण डोळे मात्र सताड सुकेच ठेवायचे

मंदार नाईक

गंध उरला मागे...

ह्रदयातल्या प्राजक्तांचे सुटू लागले धागे
वाहिलेल्या दिवसांचा गंध उरला मागे

प्राक्तनातल्या पाउलवाटा खुणा सोडूनि गेल्या,
त्या वाटेवर आठवणींचा गाव सोडीला मागे

तेवीत होते मंद मंद ते मनमंदिराचे दिवे,
मिणमिणाऱ्या प्रार्थनेतला देव सारिला मागे

www.ingramcontent.com/pod-product-compliance
Lightning Source LLC
LaVergne TN
LVHW090002230825
819400LV00031B/489